बुद्धभक्त

डॉ. बाबासाहेब आंबेडकर

रा.वा. शेवडे गुरुजी

मेहता पब्लिशिंग हाऊस

Please contact us at **Mehta Publishing House Pvt. Ltd., Pune.**

Email : **production@mehtapublishinghouse.com**

Website **: www.mehtapublishinghouse.com**

- BUDDHABHAKTA DR. BABASAHEB AMBEDKAR
  by R.V. Shevade Guruji

- **बुद्धभक्त डॉ. बाबासाहेब आंबेडकर** / कुमार साहित्य
  रा.वा. शेवडे गुरुजी

- संस्थापक : सुनील अनिल मेहता

- प्रकाशक : मेहता पब्लिशिंग हाऊस प्रा. लि.,
  १९४१, सदाशिव पेठ, माडीवाले कॉलनी, पुणे – ४११०३०.
  ✆ ०२०-२४४७६९२४
  E-mail : production@mehtapublishinghouse.com
  Website : www.mehtapublishinghouse.com

- मुद्रक : श्री मुद्रा

- प्रथमावृत्ती : सप्टेंबर, २०१७ । द्वितीयावृत्ती : मे, २०२२
  पुर्नमुद्रण : एप्रिल, २०२५

- मुखपृष्ठ व आतील चित्रे : देविदास पेशवे

- किंमत : ₹ १६०

- ISBN 9789386745378

माझे विचारवंत, विनयशील, थोर स्नेही

आमदार पी. बी. साळोखे

व

माननीय डी. सी. नरके

चेअरमन, कुंभी-कासारी सह. साखर कारखाना लि., कुडित्रे

या उभयतांच्या कार्यकर्तृत्वास

प्रेमादरपूर्वक अर्पण

सकाळच्या प्रसन्न वेळी इंदूर शहरापासून काही मैल अंतरावर पडलेल्या महूच्या छावणीतून सुभेदार रामजीबाबा सपकाळ थोडे पाय मोकळे करण्यासाठी म्हणून बाहेर पडले. नदीकाठच्या निसर्गाने त्यांचे मन मोहून टाकले. नदीकाठचे टुमदार मंदिर दिसताच मुळातच भाविक असलेल्या रामजीबाबांच्या मनात देवदर्शनाची उत्कट इच्छा निर्माण झाली.

देवळाच्या दिशेने ते चालू लागले. मोकळ्या दगडी आवाराच्या कोपऱ्यात काही साधू बसून चर्चा करीत होते. साधूंच्या जीवनासंबंधी रामजीबाबांच्या मनात सहजच विचार येऊ लागले. हे साधू कसे राहत असतील? काय खात असतील? थंडी-वाऱ्याची बाधा त्यांना होत नसेल का? घरी परत जाऊन नातेवाईकांना भेटण्याची इच्छा त्यांना होत नसेल का?

अशा विचारांच्या तंद्रीत रामजीबाबा त्या मंदिराच्या अगदी जवळ आले. समोरची नंदीची घोटीव मूर्ती पाहून ते शिवमंदिर असल्याचे त्यांनी ओळखले. त्यांनी त्या साधूंच्याकडे पाहिले. त्यातल्या एका साधूने त्यांचे मन वेधून घेतले. ते त्या साधूकडे एकटक स्तब्ध उभे राहून पाहू लागले. त्यांच्या मनाची खात्री झाली. पुढे होऊन ते

उद्‌गारले, ‘‘काका!’’

साधूंनी रामजीबाबांच्याकडे पाहिले. त्यांत त्यांचे काका होते. त्यांनी रामजीबाबांना ओळखले. ते म्हणाले,

‘‘रामजी बेटा, अरे तू इकडं कुठं?’’

‘‘काका मी सैन्यात सुभेदार आहे.’’

‘‘छान छान! किती तगडा दिसतोस रे!’’

‘‘होय काका, या महूच्या टेकडीवर आमचा तळ पडलाय. चला ना आमच्या मुक्कामावर. कालच भीमी– माझी बायको मला भेटायला आली आहे. तिला आनंद होईल तुम्हाला पाहून.’’

‘‘बेटा, पुन्हा मायाजालात शिरायचं? अरे, ते कसं शक्य आहे? मी सारे कुटुंबपाश शिवार्पण केले आहेत.’’

‘‘पण काका, आला असतात तर भीमीला...’’

‘‘एवढं मात्र खरं की, तुला पाहून मला खूप आनंद झाला. मी तुला मनापासून आशीर्वाद देतो. रामजी, तुझ्या आणि भीमाबाईच्या पोटी एक तेजस्वी पुत्र जन्माला येईल.

नाव काढील तो तुमचं आणि तुमच्या जातीचं.''

काका येत नाहीत, म्हणून रामजीबाबा खट्टू झाले. पण काकांनी दिलेला हा आशीर्वाद भीमीला केव्हा एकदा सांगेन, असे त्यांना झाले. ते छावणीवर आले. भीमी त्यांची वाटच बघत होती. रामजीबाबांनी काकांचा आशीर्वाद भीमीला सांगितला.

भीमाबाई पुढे गरोदर राहिली. तिला पुत्ररत्नाची प्राप्ती झाली. १४ एप्रिल १८९१चा तो दिवस.

भीमी रामजीबाबांना म्हणाली,

''धनी–''

''बोल भीमे,''

''हे गोंडस पोर आपल्या चुलत आज्याच्या आशीर्वादानं पराक्रमी होणार, असं मला वाटतंय.''

''मलासुद्धा तसंच वाटतंय.''

''मग आपण त्याचं नाव भीमच ठेवू.'' दोघांच्या तोंडून एकदम उद्‌गार गेले.

गाढ झोपी गेलेल्या भीमाला गोधडीत गुंडाळून थोडेसे बाजूला ठेवून पुन्हा नवरा-बायकोत बोलणे सुरू झाले. रामजीबाबा म्हणाले,

''मी सुभेदार आहे.''

''मला काय ठावं नाही?''

''तसं नव्हे ग.''

''मग कसं?''

''म्हटलं आपल्या भीमाला खूप खूप शिकवायला मला काही अडचण पडायची नाही. अस्सा शिकवून त्याला शहाणा करतो–''

रामजीबाबांची नोकरीतली अशीच दोन वर्षे गेली. ते सैन्यातून निवृत्त झाले. त्यांनी दापोलीला बिऱ्हाड केले. रामजीबाबांना मिळणाऱ्या सैनिकी पेन्शनीत समाधानाची मीठभाकरी ते खात होते. पुढे भीम पाच वर्षांचा झाला.

एके दिवशी भीमाबाई म्हणाली,

''धनी, आता भीमाला शाळेला घालायला हवंय.''

''मग घालू की.''

''तसं न्हवं. तुमच्या पेन्शनीत त्याच्या शिक्षणाचा खर्च भागायला हवा. मी आपली ऱ्हाईन काटकसरीनं.''

“त्याची काय बी काळजी करू नको.”

“म्हणजे?”

“अगं, माझ्या मित्रांनी मला एक नोकरी बघून द्यायचं कबूल केलंय. मग काय! पेन्शन अधिक नोकरीचा पैसा. त्याला काय कमी!”

लवकरच रामजीबाबांना साताऱ्याला नोकरी मिळाली. रामजीबाबा आणि भीमाबाई यांच्या भीमाला शिकवून मोठ्ठं करण्याच्या आशा उंचावल्या.

रामजीबाबांनी सैन्यात मास्तरकी केली होती. त्यांना शिकवायचा अनुभव होता. त्यांनी भीमाकडून मुळाक्षरे, पाढे, परवचा, घोकून घ्यायला सुरुवात केली. भीमा पोरगा तर एवढा चलाख की जणू एकपाठीच. रामजीबाबांच्या कुटुंबात एवढा आनंद भरून राहिला होता की, उगीचच त्यांच्या मनाला हूरहूर लागून राही की, आपल्या या सुखी संसाराला आपलीच दृष्ट तर लागणार नाही!

✢✢✢

...आणि झालेही तसेच!

रामजीबाबांचा सुखी संसार नियतीला पाहवला नाही. अल्पशा आजाराने भीमाबाई निधन पावली. रामजीबाबांच्यावर, त्यांच्या कुटुंबीयांवर दुःखाचा डोंगर कोसळला. भीम आईविना पोरका झाला. त्याच्या दुःखस्थितीची रामजीबाबांना कल्पनाच करवेना. 'आईविना माझ्या पोराचं आता कसं होणार? मी मस्त त्याच्यासाठी कष्ट करून खर्च करीन; पण ज्या आईच्या मायेत पोरांची मनं फुलतात, मोठी होतात, ती आईची माया मी कशी देऊ?'

भीमाच्या आत्याला– मीराताईला– आपल्या भावाची दया आली. ती पुढे होऊन म्हणाली,

"रामजीभाऊ–"

"काय गं ताई?"

"असा रडू नकोस. हे बघ. बापमानसानं असा धीर सोडू नये. मी सांभाळीन तुझ्या या भीमाला. काय बी काळजी करू नकोस."

रामजीबाबांना मोठा आधार वाटला.

रामजीबाबांची बहीण मीराबाई जणू भीमाची दुसरी आईच बनली. त्याचा सांभाळ करू लागली.

भीमाच्या शिक्षणाकडे लक्ष द्यायला आता रामजीबाबांना जोर चढला. भीमाचे खाणे-पिणे मीराआत्या बघे. तो खाऊन-पिऊन सशक्त आणि तगडा व्हावा, याची ती काळजी घेई.

त्यांना रामायण, महाभारत, भागवत यांची पुरेपूर माहिती होती. त्यांनी त्यातल्या एक एक सरस आणि सुरस कथा भीमाच्या कानावर घालायला सुरुवात केली.

रामायण, महाभारत, भागवत, याप्रमाणे संत-महंतांचे अभंग, ओव्या, दोहे, गाणी रामजीबाबांनी भीमाकडून तोंडपाठ करून घेतली होती.

आपल्या रामजीदादाचा हा खटाटोप पाहून एकदा मीराआत्या त्यांना म्हणाली,

''रामजीभाऊ, एवढंसं ते पोर नि किती कोंबतोस त्याच्या डोक्यात?''

''तुला का त्याची काळजी?''

''तसं न्हवं रे. त्याचं डोकं पिकून जाईल की!''

''अगं या भीमाचा भीमराव करायचाय मला.''

रामजीबाबांनी शिकविलेले सारे अभंग भीमा जेव्हा घडाघडा म्हणून दाखवी, तेव्हा मीराआत्याचे तोंड आश्चर्याने अवाक होई.

रामजीबाबांच्या अशा कडक पण प्रेमळ मार्गदर्शनाखाली भीमाचे घरगुती शिक्षण पुरे झाले आणि रामजीबाबांनी त्याला शाळेत घालण्याचे ठरविले.

भीमाचे नाव त्यांनी शाळेत भीमराव रामजी आंबवडेकर म्हणून दाखल केले. नावाबरोबर आंबेडकर गुरुजींनी त्याची जात विचारली. 'महार' असे सांगितल्यावर वर्गातील सारी मुले आश्चर्यचकित झाली. बाकावर नव्हे, तर एका कोपऱ्यात एका पटकुऱ्या पोत्यावर त्यांनी त्याला बसायला लावले. वर्गातल्या साऱ्या पोरांनी बाकावर बसायचे आणि आपण मात्र एका कोपऱ्यात. भीमरावाच्या कोमल मनाला हा पहिला धक्का बसला. परंतु मुले जरी दुस्वास करीत असली, तरी गुरुजी मात्र प्रेमळ होते.

सर्व मुलांत भीमराव तल्लख ठरला. त्याचे उत्तर बिनचूक येत होते.

असेच एकदा साऱ्या वर्गाला गुरुजींनी एक अवघड गणित घातले. सगळ्यांनी पाटीवर सोडविले. गुरुजींनी पाट्या तपासल्या. फक्त भीमरावाचे उत्तर बरोबर होते. गुरुजींनी त्याचे कौतुक केले आणि यामुळे मुलांच्या दुस्वासात भरच पडली.

एकदा गुरुजी त्याला म्हणाले,
“भीमू, आता तू सोडविलेलं गणित साऱ्या वर्गाला फळ्यावर करून दाखव.”
वर्गातल्या मुलांनी एकच गिल्ला केला–
“नाही नाही! भीमानं फळ्याला स्पर्श करता कामा नये, कारण तो महार आहे.”
“आम्ही आमचे जेवणाचे डबे फळ्याला लागून ठेवलेत, ते विटाळतील.”

गुरुजींचा नाइलाज झाला. भीमरावाला बसल्या जागीच प्रश्नांची उत्तरे द्यावी लागली.

मधल्या सुट्टीत मुले पाणी प्यायला जात. त्याप्रमाणे एकदा भीमरावही गेला. मुलांनी त्याला विरोध केला. ती म्हणाली,

''नाही, नाही! तू या पाण्याच्या पिंपाला हात लावता कामा नयेस. तुला पाणी मिळणार नाही.''

''पण मला खूप तहान लागलीय.'' भीमराव काकुळतीने म्हणाला.

या घटनेकडे आंबेडकर गुरुजींचे लक्ष होते. पाण्याचा तांब्या घेऊन भीमरावाकडे येत ते म्हणाले,

''भीमू बेटा, हाताची ओंजळ कर. मी त्या ओंजळीत पाणी ओततो. पी पोटभर.''

''पण गुरुजी, हे असं का?''

''तुला तहान लागली आहे ना? मग आधी पाणी पी.''

भीमराव मुकाट्याने मन मारून पाणी प्यायला.

एकदा गोरेगावला नोकरी करीत असलेल्या रामजीबाबांनी 'मसूर स्टेशनवर तुम्ही उतरा. तिथं मी तुम्हाला न्यायला येतो,' असा निरोप दिला होता. निरोपाप्रमाणे भीमराव व त्याचा मोठा भाऊ आनंदा मसूर स्टेशनवर आले.

रामजीबाबा त्यांना दिसले नाहीत.

स्टेशनवर त्यांनी मसूर-गोरेगाव अंतराची चौकशी केली. एवढे अंतर चालून जाणे त्यांना शक्य नव्हते. रस्त्याने एक बैलगाडी चालली होती. पोरांच्याकडे बघत गाडीवान म्हणाला,

"पोरांनो, आरं एवढ्या उन्नाचं कुटं चाललाय?"

"गोरेगावला."

"आरं, मग एवढ्या लांब चालत जानार? अं, कुनाचं रं तुमी?"

"रामजी सपकाळाचं."

"म्हंजे म्हाराचं म्हणा की."

"व्हय. गाडीवानमामा, आमाला नेता का गाडीतनं? चार आनं देऊ बगा."

"छे छे! असं कसं? माजी गाडी इट्टाळंल. बैल बी इट्टाळतील नि मला बी इट्टाळ व्हईल न्हवं का?"

भीमरावाच्या मनावर आणखी एक आघात झाला. तो मनात म्हणाला– 'हे असं का?'

"हे बघा गाडीवानमामा," आनंदा थोडे धिटाईने म्हणाला, "अवो इट्टाळ विटाळ कसलं काय घिऊन बसलाय. नि लहान पोरांचा वो कसला इट्टाळ! जरा करा की मदत आमास्नी. चांगलं आठ आणं देऊ बगा."

आठ आणे शब्द कानावर पडताच गाडीवानाच्या तोंडाला पाणी सुटले, तो म्हणाला,

"पोरांनो, बसा बरं गाडीत."

भीमराव, आनंदा गाडीत बसले. गाडीवान गाडी हाकू लागला. भीमराव हळूच म्हणाला,

"मग आता तुमच्या इट्टाळाचं कसं?"

आनंदाने भीमरावाचा कान पकडला. गाडीवान रागाने गाडीतून उतरायला लावेल, याची भीती वाटली त्याला. गाडीवान उत्तरला,

"हे बघा पोरांनो, तुमचं हाल मला बघवेनात. घरी गेल्यावर गाडी, बैलावर गोमूत्र शिंपडून टाकीन की मी. मग इट्टाळ पार पळून जाईल."

दोन्ही पोरे खुदकन हसली. मग आनंदा म्हणाला,

"मग तुमी बी अंगावर गोमूत्र शिंपडून घेनार म्हना की."

"मंग काय. हं पोरांनो, आधी आठ आनं द्या बघू. मी आता गाडी जोरानं हाकनार हाय. घट्ट धरून बसा."

लवकरच गाडी गोरेगावला आली.

संध्याकाळच्या वेळी रामजीबाबांच्या परवानगीने आनंदा आणि भीमराव गावात फेरफटका करायला गेले. वाटेत त्यांना एक विहीर दिसली. विहिरीवर काही मुले रहाटाने पाणी ओढीत होती. ओढताओढता ती थकत होती. भीमराव म्हणाला,

''मुलांनो थांबा हं. आम्ही तुम्हाला मदत करतो.''

आनंदा व भीमराव रहाटाकडे गेले. रहाटाला ते हात लावणार इतक्यात तेथेच बसलेला एक ढेरपोट्या लांब शेंडीवाला ब्राह्मण त्या दोघांवर गरजला,

''अरे, तुम्ही त्या रामजी सुभेदाराची पोरं, म्हणजे महाराची पोरं. हात लावू नका त्या रहाटाला. विहीर विटाळेल आमची. आख्खं गाव पाण्याविना तडफडेल नुसतं. चला चालते व्हा. नाही तर तंगडीच तोडून टाकतो एकेकाची.''

भीमराव व आनंदा धूम पळाले. आनंदाने घर गाठले. भीमराव दाराच्या दगडी ओट्यावर बसला. आपल्या दोन गुडघ्यांवर हाताचे पंजे ठेवून त्यात आपले डोके खुपसून स्वतःशी उद्गारला– 'हे असं का? आम्ही का कोणी माणसं नव्हेत? जादा पैसे दिले म्हणजे विटाळ चालतो. असं तरी आमचं शास्त्र नसेल?'

सुविचार

भीमराव व आनंदा आपल्या गावी परत आले. त्यांची शाळा पुन्हा सुरू झाली. शाळेतले वातावरण भीमरावाच्या अंगवळणी पडलेच होते. विषमतेचा मधूनमधून त्याला उबग येई. अगदी नकोनकोसे होई. पण आंबेडकर गुरुजींची प्रेमळ मूर्ती नजरेसमोर आली की, अशा गुरुजींच्या सहवासाकरिता हवे, तेवढे दुःख सोसायला त्याच्या मनाची तयारी असे.

आंबेडकर गुरुजींनी भीमरावाला गणिताची, भाषेची व इतिहासाची खूप गोडी लावली. भीमरावाची तल्लख बुद्धी आणि असामान्य हुशारी पाहून ते थक्क होतं. ते त्याच्या पाठीवरून प्रेमाने हात फिरवीत.

एकदा ते त्याला म्हणाले,

"हे बघ भीमू, आता या गावात तुझ्या पुढच्या शिक्षणाची सोय नाही. काही तरी कर्तृत्व करण्यासाठी माणसाचा जन्म असतो. ती शक्ती शिक्षणातून मिळते. तुला शिक्षणाकरिता मोठ्या शहरातच गेलं पाहिजे. रामजीबाबांना मी बोलतोच. पण तूही त्यांना कल्पना दे. आणि एक सांगू तुला भीमा–"

"बोला ना गुरुजी."

"माझी आठवण म्हणून तुझं आंबवडेकराचं आंबेडकर असं नाव करू या."

"मग करा की. नको कोण म्हणतंय? मलासुद्धा वाटेल सतत तुम्ही माझ्या पाठीशी आहात म्हणून."

हजेरीपट घेऊन भीमराव रामजी आंबवडेकर याऐवजी भीमराव रामजी आंबेडकर असे गुरुजींनी लिहून टाकले.

आपल्या नावात गुरुजींनी केलेला बदल भीमरावाने घरी आल्यावर मोठ्या अभिमानाने सांगितला. या बदलाचे फारसे कोणाला काही वाटलेच नाही. उलट मीराआत्या त्याला कौतुकाने चिडवी. ती म्हणे,

"काय हो भीमराव आंबेडकर, झाला का अभ्यास? या जेवायला नि जावा लवकर शाळेला. तुमचं गुरुजी वाट बघत बसलं असतील."

"हो हो. आहेतच माझे गुरुजी तसे प्रेमळ. मधल्या सुट्टीत आपल्या डब्यातलं जेवण देतात ते मला. एकदा त्यानी मला विचारलं–"

"काय विचारलं तुला?"

"जेवणात तुला कोणता पदार्थ फार आवडतो. मी म्हटलं भज्जी. नी काय! दुसरे

दिवशी डब्यातून त्यांनी भज्जी आणली होती, अगदी खास माझ्यासाठी.''

मीराआत्याबरोबर भीमरावाचा काळ मोठ्या आनंदात जात होता. आपल्या आईला जणू तो विसरून गेला होता.

पण एके दिवशीचा तो प्रसंग!

मुलांना हाका मारून मीराआत्या आनंदाने म्हणाली,

''बाळांनो, लवकर या.''

''काय गं आत्या? आज मोठ्या खुशीत दिसतेस.''

''हो तर. अरे तुमचे बाबा तुम्हाला आता एक नवीन आई आणणार हाय.''

''नवीन आई म्हणजे गं काय मीराआत्या?''

''रामजीभाऊ दुसरं लगीन करणार हाय. म्हणजे ही नवी आई तुमची काळजी घेणार हाय. अगदी खऱ्या आईसारखी. आनी–''

''आणि गं काय आत्या?''

''माझी जबाबदारी सपनार हाय. तुमची आई गेल्यापासून मी तसं वचन दिलं होतं तुमच्या बाबाला.''

या बातमीने मुले आनंदून जातील असे मीराआत्याला वाटले. आनंदाला आनंद

झाला; परंतु भीमरावाला ही गोष्ट मुळीच आवडली नाही. तो फुरंगटला, खट्टू झाला, चिडला, मुठी घट्ट आवळू लागला, दातओठ खाऊ लागला. मीराआत्या म्हणाली,

"भीमा, एवढं चिडायला रं काय झालं?"

"नाही तर काय? ही कोण कुठली बाई आणि म्हणे आमची आई. आमच्या आईचे दागिने घालील, आमच्या आईची लुगडी नेशील–"

"मग त्यात काय बिगाडलं?"

"त्यापेक्षा मी पळून जाईन मुंबईला."

रामजीबाबांचे दुसरे लग्न नक्की झाले आणि भीमरावाच्या मनात मुंबईला पळून जाण्याचा विचार आला. पण मुंबईला जायचे म्हणजे काही थट्टा नव्हे. त्यासाठी पैसे लागतात. निदान भीक मागून पोट भरायचे म्हटले तरी भाड्यासाठी तरी पैसे हवेत! भीमरावाच्या डोक्यात एक कल्पना सुचली. मीराआत्या झोपल्यावर तिचा बटवा चोरायचा आणि त्यातले पैसे घेऊन पार मुंबईला पळून जायचे. बटवा चोरण्याचा प्रयत्न भीमरावाने

एकदा, दोनदा, तीनदा केला; पण त्यात त्याला यश आले नाही. शेवटी त्याने मनाचा हिय्या केला आणि एकदाचा बटवा चोरला. तो त्याने उघडून पाहिला; तर त्यात नुसता ढब्बू पैसा. एका बाजूने तो निराश झाला. दुसऱ्या बाजूने चोरी केल्याचा त्याला पश्चात्ताप झाला. तो मनात म्हणाला, 'मीराआत्या किती प्रेमळ! आम्हां पोरांसाठी ती किती खस्ता खाते. भांडी घासते, आमचे कपडे धुते, वेळेवर जेवायला घालते आणि वर प्रेमानं पाठीवरून हात फिरवून ती कौतुकानं म्हणते, 'वैनीला नवसानं झालेला भीमराव फार मोठ्ठा होणार आहे' आणि अशा प्रेमळ मीराआत्याचा बटवा मी चोरावा? छे छे! फार मोठ्ठं पाप घडलं आज माझ्या हातून. आता मी हे पाप कसं फेडू?'

पुढे रामजीबाबा आपल्या दुसऱ्या बायकोला घरी घेऊन आले.

सात इयत्तेपर्यंतचे भीमरावाचे शिक्षण संपले होते. वर्गात त्याचा पहिला नंबर होता. पुढील शिक्षणासाठी जर तो मुंबईला जाईल, तर त्याचे कल्याण होईल, असे आंबेडकर गुरुजींचे मत पडले. रामजीबाबांच्या मित्रांचेही मत तसेच होते.

नवी बायको नि दोन पोरे घेऊन रामजीबाबांनी मुंबईचा रस्ता धरला. निरोप देताना

आंबेडकर गुरुजींचे डोळे पाण्याने भरून आले होते. मोठ्या शहरात गेल्यावर भीमरावाला अस्पृश्यतेचे काटे टोचणार नाहीत, असे त्यांच्या भाबड्या मनाला वाटत होते. मुंबईला जाण्यापूर्वी भीमरावाने आपल्या गुरुजींच्या चरणावर मस्तक ठेवून आशीर्वाद घेतला आणि ''गुरुजी, खूप खूप अभ्यास करून मी मोठा होईन'' असे तो म्हणाला.

रामजीबाबा मुंबईला आले. परळच्या कामगार वस्तीत एका चाळीत त्यांना एक खोली मिळाली. जेवणखाण, झोपणे, अभ्यास, तेथेच. एका कोपऱ्यात एक पाळलेली शेळी बांधलेली. अशा खोलीत राहून भीमरावाचे मुंबईतले शिक्षण सुरू झाले.

भीमाला घेऊन रामजीबाबा एल्फिन्स्टन हायस्कूलमध्ये गेले. हेडमास्तरांना ते म्हणाले,

''माझा मुलगा संस्कृत घेईल.''

''माफ करा.'' गुरुजी म्हणाले.

''का बरं? काही अडचण?''

''अस्पृश्य मुलांना संस्कृत घेता येत नाही. त्याला पर्शियनच घ्यावं लागेल.''

''चला. पर्शियन तर पर्शियन.''

रामजीबाबांना या घटनेचे काही विशेष वाटले नाही. पण भीमरावाची जखम या धक्क्याने पुन्हा उघडी पडली. तो मनात म्हणाला, “हे असं का? मीही काही कच्च्या गुरूचा चेला नाही. पुस्तकं आणून घरात वाचून संस्कृत शिकेन मी.”

खोलीत गडबडीत सकाळी भीमरावाच्या अभ्यासात अडथळा येत असे, म्हणून जवळच्या चर्नीरोडच्या बागेत जाऊन तो वाचत बसे. पण तेवढा अभ्यास अपुरा पडे. रामजीबाबांच्या हे ध्यानी येताच त्यांना एक युक्ती सुचली. रात्री लवकर भीमरावाला ते जेवायला घालीत व आठलाच झोपवीत. रात्री दोन वाजता सगळे झोपून खोलीत शांतता निर्माण झाल्यावर ते त्याला उठवीत. त्याच्याबरोबर गणिते सोडवीत. त्याच्याकडून ते वाचून घेत. आपल्याकरिता आपले बाबा खूप कष्ट घेतात हे पाहिल्यावर भीमरावाचे कोमल मन गहिवरून येई.

चर्नीरोडच्या बागेत कोणी एक मुलगा नित्यनेमाने येतो आणि एकाग्र मनाने अभ्यास करतो, याचे कुतूहल वाटून त्या रस्त्याने जाणाऱ्या कृष्णाजी अर्जुन ऊर्फ दादासाहेब केळुसकर नावाच्या एका गुरुजींनी भीमरावाचा परिचय करून घेतला. त्याची हकिगत ऐकून व त्याची हुशारी पाहून, ज्ञानार्जनाची त्याला लागलेली तहान पाहून, ते केवळ थक्कच झाले असे नव्हे, तर ते भीमरावाला मदतही करू लागले. पुढे त्यांनी रामजीबाबांची ओळख करून घेतली.

भीमरावाचा शिक्षणक्रम असाच चालला असताना तो मॅट्रिकच्या वर्गात आला. त्याने खूप अभ्यास केला. ते वर्ष कसे संपून गेले, हे त्याला कळलेच नाही. रिझल्ट लागला. वर्गात त्याचा नंबर पहिला आला.

केळुसकर गुरुजींनी भीमरावाचे हे अपूर्व यश अस्पृश्य समाजातल्या लोकांच्या निदर्शनाला आणून दिले. भीमरावाच्या सत्काराचा कार्यक्रम निश्चित झाला.

अध्यक्षस्थानी थोर समाजसुधारक रावबहादुर श्री. के. बोले हे होते. अध्यक्षांनी सुंदर उपदेश केला. शिक्षणाची महती सांगितली. केळुसकर गुरुजींना वक्तृत्व बेताचेच होते. त्यांनी आपल्या अल्पशा भावपूर्ण भाषणाच्या शेवटी ‘बुद्ध जीवनदर्शन’ या नावाचे एक सुंदर पुस्तक भीमरावाला बक्षीस देत म्हटले,

“या महापुरुषाचा अभ्यास कर. तो तुझा सततचा मार्गदर्शक सोबती आहे असे तुला दिसून येईल.”

भीमरावाने ते पुस्तक आपल्या भावी जीवनात वरचेवर वाचले आणि अखेरपर्यंत गुरुजींची प्रेमळ भेट म्हणून जपून ठेवले.

असेच एकदा केळुसकर गुरुजी वेळात वेळ काढून रामजीबाबांच्या खोलीवर आले. चहापाणी, झाल्यावर रामजीबाबा म्हणाले,

"गुरुजी, का येणं केलंत?"

"मुद्दामच आलो."

"मग बोला."

"तुमचा भीमराव मॅट्रिक झाला. त्याचं काय करायचं ठरवलंय तुम्ही?"

"काय करायचं? अहो गुरुजी, त्याचं असं झालंय पोरगा हुशार आणि मॅट्रिक झालेला. त्याला सारख्या पोरी सांगून येत्यात बघा."

"म्हणजे? तुम्ही त्याला शिकवणार नाही तर?"

"अहो, असं कसं व्हईल? त्याच्या शिक्षणासाठीच तर गाव सोडून मुंबईला नाही का आलो आम्ही?"

"म्हणूनच म्हणतो मी."

"अहो, त्याचं लगीन बी करायचं नि शिक्षण बी करायचं."

“बरं ऽ बरं! फार होतकरू मुलगा आहे तुमचा. त्याच्या शिक्षणात खंड पडू देऊ नका. एवढंच मला सांगायचंय आणि असं पाहा–”

“काय? बोला गुरुजी?”

“मी आहेच सल्ला मसलतीला, मदतीबिदतीला. काही लागलं सवरलं तर संकोच बाळगू नका. होतकरू मुलांना मदत करणं, हे खऱ्या शिक्षकाचं पवित्र कर्तव्य समजतो मी.”

केळुसकर गुरुजी निघून गेले.

भीमरावाचा संसार आणि शिक्षण एकदमच सुरू झाले. नऊ वर्षांची शांत, सुस्वभावी, सोशीक रमा रामजीबाबांची सून म्हणून त्यांच्या घरात आली.

✢✢✢

HISTORY
OF
VEDICK
INDIA

भीमराव आंबेडकर आता कॉलेज विद्यार्थी झाले. प्राध्यापक मंडळी त्याना बी. आर. आंबेडकर असे म्हणत, तर त्यांचे वर्गबंधू त्यांना भीमराव आंबेडकर या आदरार्थी नावाने ओळखत.

मधूनमधून कॉलेजजीवनात अस्पृश्यतेचे चटके त्यांना बसत होते. उच्चवर्णीय विद्यार्थी त्यांच्याशी फटकून वागत होते. त्यांच्यापासून चार पावले ते दूर राहत होते. पण आपल्या अलौकिक बुद्धिमत्तेने आणि अभ्यासू वृत्तीने त्यांची हुशारी त्यांच्या अन्य मित्रांच्या निदर्शनाला आली. भीमरावांनी काढलेली टिपणे त्यांच्या मित्रांच्या अतिशय उपयोगी पडू लागली. त्यामुळे परीक्षेत त्यांना अधिक गुण मिळू लागले. तेव्हा भीमराव हा एक अस्पृश्य जातीचा मुलगा आहे हे सारे जण विसरून गेले. या अनुभवाने भीमरावाने आपल्या मनाशी एक खूणगाठ बांधली, की अस्पृश्य मंडळी शिकतील, स्वच्छतेने राहतील आणि आपल्यातील ज्ञानविज्ञानादी गुणांनी इतरांचे नडते आहे हे सिद्ध करून दाखवतील, तर अस्पृश्यता नष्ट होईल. त्यांना हेही कळून चुकले होते की हा मार्ग तसा सोपा नाही. अशक्य कोटीतला तो आहे.

प्रिव्हीयसची परीक्षा वरच्या श्रेणीमध्ये भीमराव आंबेडकर उत्तीर्ण झाले. ते इंटरच्या वर्गात गेले. इंटरला चार विषय नेमलेले असतात. प्रत्येक विषयाचा सखोल अभ्यास करावा लागतो. कित्येक जण तर या परीक्षेत नापास होतात आणि कॉलेज सोडून जातात. आंबेडकरांना मात्र अभ्यासाची खरी गोडी इंटरच्या वर्गातच लागली. ते इंटर चांगल्या तऱ्हेने पास झाले. मे महिन्याची सुट्टी त्यांनी मजेत घालविली.

जून महिना उजाडला. कॉलेजची प्रवेश फी भरण्याची वेळ आली. त्यांनी वडिलांकडे पैसे मागितले. कपाळाला आठ्या घालीत मोठ्या कष्टांनी रामजीबाबा म्हणाले,

"बेटा, तुला काय सांगावं?"

"बोला बाबा, कितीही कडू आणि कटू असलं तरी ते ऐकून घेण्याची आणि सहन करण्याची माझ्या मनाची तयारी आहे. बाबा, एक गोष्ट ध्यानी घ्या–"

"ती कोणती?"

"मी आता अल्लड, पोरकट भीमा राहिलो नाही. बी. ए.च्या वर्गात प्रवेश घेऊ इच्छिणारा एक हुशार भीमराव आंबेडकर नावाचा विद्याव्यासंगी विद्यार्थी आहे."

"मग सांगून टाकतोच तर. हे बघ, आपली आर्थिक स्थिती आता इतकी बिघडलीय की तुला कॉलेजात नाव घालायला देण्याइतके पैसे मजजवळ नाहीत. एखादं वर्ष तुला

तुझं शिक्षण थांबवावं लागेल.''

''मग त्यात काय मोठंसं? गरिबी हे पाप नाही, गुन्हा तर नाहीच नाही. बाबा, एक वर्ष या मुंबईत शिकवण्या करीन तर दोन वर्षांचा कॉलेजचा खर्चच काय पण घरखर्चालासुद्धा मदत करीन!''

''पोरा, आता दादासाहेब केळुसकर गुरुजींच्याकडे जाऊन येऊ. ते काय म्हणतात ते बघू.''

दुसऱ्याच दिवशी भीमरावांना बरोबर घेऊन रामजीबाबा केळुसकर गुरुजींकडे गेले. त्यांनी केळुसकर गुरुजींना सारी हकिगत निवेदन केली. जणू काहीच अडचण नसल्यासारखे दाखवीत सहजतेने केळुसकर गुरुजी म्हणाले,

''रामजीबाबा, काही काळजी करू नका. तुमचा मुलगा मला माझ्या मुलासारखाच. गरीब व होतकरू मुलांना बडोद्याचे महाराज विद्यावेतन देतात म्हणे–''

''तसं झालं तर मोठीच अडचण दूर होईल.''

भीमराव आंबेडकर केळुसकर गुरुजींचे पत्र घेऊन बडोद्यास गेले. तिथल्या मुलाखतीत केळुसकर गुरुजींच्या शिफारसीप्रमाणे आपण अत्यंत हुशार व होतकरू विद्यार्थी असल्याचे त्यांनी सिद्ध करून दाखविले. दरमहा पंचवीस रुपयांची शिष्यवृत्ती बडोदा संस्थानच्या वतीने भीमरावांना मंजूर झाली. आणि या शिष्यवृत्तीच्या जोरावर भीमराव दोन वर्षांत इंग्रजी आणि पर्शियन विषय घेऊन उत्तम रीतीने बी.ए. झाले. मिळणाऱ्या शिष्यवृत्तीतूनच बचत करून त्यांनी काही अभ्यासाच्या आवडीची पुस्तके खरेदी केली. मधूनमधून घरच्या भाजीपाल्यासाठीसुद्धा त्यांना हे विद्यावेतन उपयोगी पडले.

बी.ए. झाल्यानंतर आणखी पुढे खूप शिकावे अशी भीमरावांची इच्छा होती. परंतु घरची आर्थिक ओढाताण पाहून भीमरावांनी नोकरी करावी, चार पैसे कमवावेत, प्रपंचाला हातभार लावावा आणि मगच पुढील शिक्षणासाठी इंग्लंड-अमेरिकेला जावे, असा केळुसकर गुरुजींनी त्यांना सल्ला दिला.

बडोद्यामध्येच सरकारी कचेरीत एक कारकून म्हणून आंबेडकरांना नोकरी मिळण्यास फार वेळ लागला नाही. अत्यंत काटकसरीने राहून ते घरी पैसे पाठवीत. त्यांच्या या पैशामुळे घरच्या ओढाताणीला स्थिरतेचे स्वरूप आले. नोकरीतल्या हुशारीमुळे आंबेडकरांना प्रतिष्ठा मिळू लागली. पण नियती ही अशी एक शक्ती आहे की, तिला कुणाचे सुख म्हणून बघवतच नाही.

एके दिवशी नोकरीवर जाण्याच्या गडबडीत असता आंबेडकराना तार आली त्या तारेत मजकूर होता, 'वडील अत्यवस्थ-ताबडतोब निघा.' ऑफिसात रजेचा अर्ज टाकून, लगेचच गाडीने ते मुंबईला जायला निघाले. लहानपणापासून आपल्या वडिलांनी आपण मोठे व्हावे, म्हणून किती खस्ता खाल्ल्या, किती संकटांना तोंड दिले, ते सारे प्रसंग त्यांच्या नजरेसमोरून जात होते.

विषण्ण मनाने व अत्यंत जड पावलांनी ते घरी आले. आसन्नमरणस्थितीत असलेल्या रामजीबाबांनी त्यांना 'भीमराव' म्हणून हाक मारल्यावर भीमरावाना फार फार बरे वाटले. भीमरावांनी त्या आजारपणात आपल्या वडिलांची मनापासून सेवा केली. त्यांना बरे वाटावे, म्हणून प्रयत्नांची पराकाष्ठा केली; पण अखेर जे दैवात असते ते माणसाला बदलता येत नाही हेच खरे.

त्या जीवघेण्या आजारातून रामजीबाबा उठू शकले नाहीत आणि भीमराव आंबेडकर पितृछायेला कायमचे पारखे झाले.

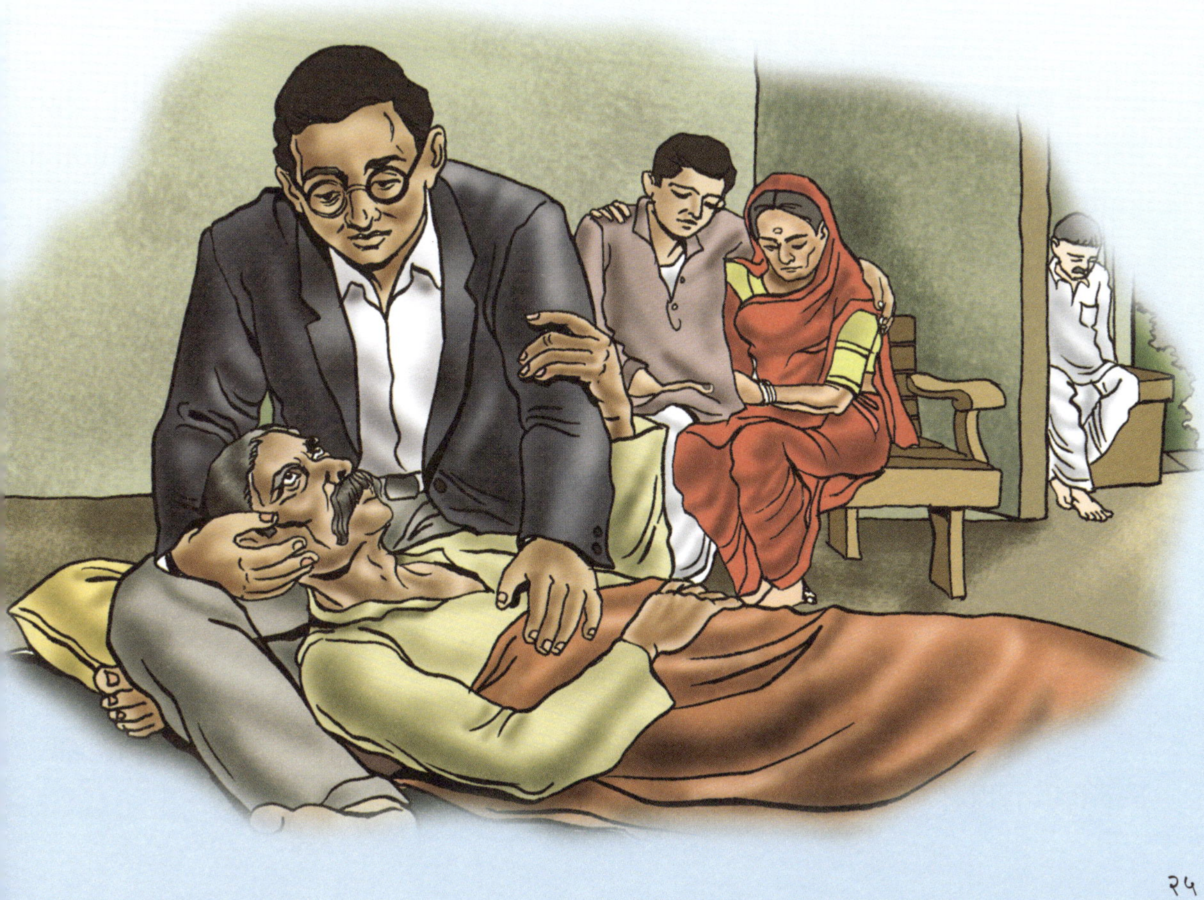

वडिलांच्या मृत्यूनंतर त्यांच्या उत्कट आठवणींनी भीमरावांना महिना-दोन महिने अस्वस्थ करून सोडले होते. त्या अवधीत केळुसकर गुरुजीनी मधूनमधून त्यांचे सांत्वन केले. अन्य कोणत्याही विषयावर त्यांनी बोलणे काढले नाही. परंतु अधिक काळ असे स्वस्थ बसणे योग्य नव्हते. एके दिवशी केळुसकर गुरुजींनी विषय काढला. ते म्हणाले,

"भीमराव, आता काय करायचं ठरवलंयस?"

"परत बडोद्याला जाऊन नोकरीवर हजर व्हावं, असं वाटतच नाही मला."

"मग तुझ्या मनात काय आहे?"

"वडिलांची इच्छा पूर्ण करणं. मला खूप खूप शिकवून मोठ्ठं करायचं होतं त्यांना. मला जर अर्थशास्त्र, राज्यशास्त्र, कायदा इत्यादींच्या अभ्यासासाठी इंग्लंडला जायला मिळेल तर–"

"बोल ना थांबलास का?"

"गरिबांचे मनोरथ मनात येतात आणि मनातच विरतात हेच खरं."

"उघड उघड काय ते बोल."

"मला इंग्लंड किंवा अमेरिकेला जावंसं वाटतं."

"अरे, मग त्यात काय मोठंसं? करू ना आपण तशी खटपट."

बडोद्याचे दानशूर सयाजीराव महाराज गायकवाड यांचा मुक्काम त्या वेळी मुंबईच्या वाड्यातच असल्याचे केळुसकर गुरुजींना कळले. त्यांनी महाराजांची गाठ घेतली आणि आंबेडकरांची इच्छा त्यांच्या कानी घातली. महाराज म्हणाले,

"जातिभेदाचा विचार न करता हुशार विद्यार्थ्यांना परदेशात पाठवून शिकून आणणं हे आमच्या संस्थानचं धोरण आहे आणि आम्ही आंबेडकरांना दोन वर्षांकरिता संस्थानच्या खर्चानं अमेरिकेला पाठवू."

केळुसकर गुरुजींना आनंद झाला. ते नम्रतापूर्वक उत्तरले,

"महाराज, फार फार उपकार होतील त्या पोरावर. पोरगा तुमच्या पैशाचं चीज केल्याशिवाय राहणार नाही. याची मी खात्री देतो."

पण मिस्कीलपणे गालातल्या गालात हसत सयाजीराव महाराज म्हणाले,

"हे पहा गुरुजी, शिकून आल्यानंतर तुमच्या त्या आंबेडकरानं आमच्या संस्थानची दहा वर्षे नोकरी करायला हवी."

"करील ना! अहो, ही तर दुधात साखर. शिकायलाही मिळालं आणि नोकरीही मिळाली. शिकून आल्यावर नोकरीसाठी वणवण हिंडायला नको."

केळुसकर गुरुजींनी सयाजीराव महाराजांच्याबरोबर झालेले बोलणे भीमरावांना सांगितले. बडोद्याला जाऊन तेथे त्यांनी रीतसर अर्ज केला. दोन वर्षांचा करार करून आणि पुढे दहा वर्षांच्या नोकरी करण्याच्या अटीला मान्यता देऊन ते मुंबईला परत आले.

१९१३ च्या जुलै महिन्यात आंबेडकरांनी न्यूयॉर्कला जाण्यासाठी मुंबई सोडली.

✢✢✢

१९१३ मध्ये आंबेडकर अमेरिकेला गेले. कोलंबिया विद्यापीठात त्यांनी आपले नाव दाखल केले. अमेरिकेतले मोकळे वातावरण त्यांना अतिशय आवडले आणि मानवलेही. अस्पृश्य म्हणून किंवा इंडियन म्हणून त्यांची कोणीच हेटाळणी केली नाही. अब्राहम लिंकन, बुकर टी वॉशिंग्टन, इमरसन, थोरो या उदारमतवादी नेत्यांनी घडविलेला तो प्रगत देश होता. महिन्याच्या महिन्याला बडोद्यातून त्यांना विद्यावेतन मिळत होते. तेवढ्या विद्यावेतनात इतर विद्यार्थ्यांच्याप्रमाणे गुजराण करणे त्यांना कठीण जात होते. अत्यंत साधे जेवण आणि दोन वेळचा चहा यापलीकडे तिथल्या दोन वर्षांच्या काळात आंबेडकरानी काही घेतले नाही. तसेच अभ्यासाचा वेळ सोडून गरजेसाठी काहीतरी काम करून चांगल्याप्रकारे गुजराण करावा असा विचारही त्यांच्या मनात आला नाही.

तेथील भव्य ग्रंथालयावर ते एवढे बेहद्द खूष होते की, अठरा-अठरा तास वाचन करूनही त्यांचे समाधान होत नसे. ग्रंथपालाने ग्रंथालय उघडण्यापूर्वी ते ग्रंथालयाच्या दारात उभे असत. ग्रंथालय बंद करण्याची वेळ झाली आहे, अशी सूचना ग्रंथपालाला

त्यांना द्यावी लागे. एकापेक्षा एकेक सरस आणि मौल्यवान ग्रंथ पाहून भारतात गेल्यावर हे ग्रंथ आपण खरेदी करून आपले स्वतःचे स्वतंत्र ग्रंथालय सजवावयाचे अशी आकांक्षा त्यांच्या मनात बळावली आणि पुढे त्यांनी तसे करूनही दाखविले.

१९१६ मध्ये ते एम. ए. झाले. आणि लगेच पुढच्याच वर्षी ते पीएच.डी. झाले. कायद्याचा आणि अर्थशास्त्राचा अभ्यास करण्यासाठी आणखी एखादे वर्ष आपल्याला अमेरिकेत राहायला मिळावे, अशी त्यांची उत्कट इच्छा होती.

बडोद्याच्या दिवाणांनी कराराप्रमाणे विद्यावेतनाची मुदत संपल्याबरोबर त्यांना परत बोलावून घेतले आणि नोकरीवर हजर राहण्याचा हुकूम दिला.

अकौंटन्ट जनरल असा एक जबाबदार प्रतिष्ठित अधिकारी म्हणून आंबेडकर बडोद्याला हजर झाले. त्यांच्यापुढे प्रश्न होता राहण्यासाठी जागा मिळविण्याचा. आपली अस्पृश्यता पुन्हा डोकावणार तर नाही ना, याची त्यांना सतत शंका येत होती त्यांची शंका अखेर खरी ठरली. त्यांची जात महार आहे, हे समजताच त्यांना कोणी जागा द्यायला तयार होईनात. आज एका लॉजमध्ये तर उद्या दुसऱ्या, असे त्यांचे दिवस चालले. ऑफिसात हजर होण्यापूर्वी 'आंबेडकर' या नावाच्या एका अस्पृश्य अधिकाऱ्याची नियुक्ती झाली आहे, ही बातमी त्यांच्या ऑफिसातील वरिष्ठ अधिकाऱ्यांपासून तो पार कनिष्ठ शिपायांपर्यंत पोहोचली होती. त्यांनी ऑफिसात प्रवेश करताच शिपायांनी जाजम गुंडाळायला प्रारंभ केला. त्यांचा विटाळ होऊ नये म्हणून कारकून त्यांच्या अंगावर दुरूनच कामाच्या फायली फेकू लागले. आंबेडकर धीर, गंभीर, शांत म्हणून त्यांनी हे सर्व सहन केले.

एका पारश्याच्या वसतिगृहात आपली खोटी जात सांगून ते खोली घेऊन राहिले. पण त्यांची खरी जात त्या पारश्याला कळताच तो खवळला. त्याच्या तळपायाची आग मस्तकाला गेली. आंबेडकरांच्या खोलीच्या दाराशी तो ओरडतच गेला. त्याने आंबेडकरांना बाहेर बोलावले. आंबेडकर बाहेर येऊन शांतपणे म्हणाले,

"काय हवंय आपल्याला?"

"तुमची जात काय?"

"मी हिंदू आहे."

"कसला हिंदू?"

"मी अमेरिकेहून एम. ए. पीएच. डी. होऊन परत आलेला एक प्रतिष्ठाप्राप्त हिंदू अधिकारी आहे."

"खोटं बोलू नका. तुम्ही महार आहात. आम्ही आमच्या बोर्डिंगात महारांना ठेवीत नाही. ताबडतोब चालते व्हा. अस्पृश्यांना आम्ही बोर्डिंगात जागा देऊ तर बोर्डिंगचं दिवाळं काढून गाशा गुंडाळून, आम्हाला मुंबईला जावं लागेल."

खोलीतील सामान घेऊन आंबेडकर बाहेर पडले. पदोपदी जिथे अस्पृश्य म्हणून आपला अपमान होतो त्या शहरात आपण राहायचेच नाही, असे त्यांनी ठरविले. त्यांनी नोकरीचा राजीनामा दिला. आणि ते मुंबईला परत आले.

आंबेडकर खरे अर्थतज्ज्ञ असल्यामुळे त्यानी रोखे, हुंड्या यासारखी कामे करणारी व अशिलांना अर्थविषयक सल्ला देणारी एक पेढी काढली. त्यांचा सल्ला योग्य आणि अशिलांना फायदेशीर ठरत असल्यामुळे त्यांच्या पेढीवर गरजूंची गर्दी होऊ लागली. पण कालांतराने ते अस्पृश्य आहेत, हे त्या अशिलांना कळताच आंबेडकरांची पेढी रोडावू लागली. परिणामी ती त्यांना कायमचीच बंद करावी लागली.

१९१८चा नोव्हेंबर महिना होता तो. ते नोकरीसाठी शोधाशोध करू लागले. सिडनहॅम कॉलेजात त्यांना राज्यशास्त्राच्या आणि अर्थशास्त्राच्या प्राध्यापकाची नोकरी मिळाली. प्रत्यक्ष सिडनहॅम यांनीच त्यांची शिफारस केली. आंबेडकरांनी आपल्या

विद्यार्थ्यांना जीव तोडून शिकविले. त्यांच्या वक्तृत्वाचा आणि विद्वत्तेचा प्रभाव विद्यार्थी वर्गावर इतका पडला की, तिथे त्यांची जात आडवी आली नाही. विद्यार्थी आपापसात कुजबुजत, 'असेनात का अस्पृश्य, ब्राह्मणातसुद्धा एवढा विद्वान प्राध्यापक सापडायचा नाही.'

आता त्यांचे बरे चालले होते.

त्यांना एक मुलगाही झाला होता. त्याचे नाव होते यशवंत. यशवंत आपल्या वडिलांना बाबा म्हणे. तेव्हापासून आंबेडकरांचे नाव डॉ. बाबासाहेब आंबेडकर असे रूढ झाले.

त्या काळात बाबासाहेबांनी विलक्षण वाचन केले. ते अत्यंत काटकसरीने राहिले. त्यांच्या पत्नीने– रमाबाईनी– नीट संसार करून आपल्या पतीस काही कमी पडू दिले नाही. यशवंताचे किरकोळ आजारसुद्धा तिने परस्पर निभावून काढले. ते आपल्या नवऱ्याच्या कानी घातले नाहीत.

एके दिवशी एक आनंदाची बातमी घेऊन बाबासाहेब रमाबाईंकडे आले. ते म्हणाले,

"रमा–"

"मोकळ्या मनानं बोलायला आज बरी सवड मिळाली?" रमाबाई उत्तरली.

"आज मी खूप खूष आहे."

"कारण तर सांगा."

"त्याचं असं आहे. फार काटकसरीनं मी वागलो आणि चार पैसे साठविले. मला इंग्लंडला जायचंय. तिथं अर्थशास्त्राचा, राज्यशास्त्राचा विशेष अभ्यास करायचाय."

"पण साठलेल्या पैशात जमेल का सगळं?"

"तीच तर अडचण होती. कोल्हापूरच्या छत्रपती शाहू महाराजांनी मला मदत देऊ केली आहे आणि एक मित्र नवल भथना याने आणखी काही लागतील तर उसने पैसे द्यायचे कबूल केले आहे."

"कित्ती छान झालं. फार दिवसांची तुमच्या मनातली इच्छा आता पुरी होईल. खूप अभ्यास करा. मोठ्ठं आणि शहाणं होऊन या. आमची काळजी मुळीच करू नका. आमचे डोळे तुमच्या वाटेकडेच लागलेले असतील."

पूर्ण तयारीनिशी बाबासाहेब इंग्लंडला गेले. तेथे त्यांनी अर्थशास्त्राचा अभ्यास सुरू केला. शिवाय बॅरिस्टरीच्या टर्म्स ते भरतच होते. ब्रिटिश म्युझियममध्ये त्यांनी आपले नाव घातले. कारण पुस्तके विकत घ्यायला त्यांच्याजवळ पैसा नव्हता. ब्रिटिश म्युझियममधील सुसज्ज ग्रंथालयाचा फायदा आंबेडकरांनी उठविला. ते सकाळी ग्रंथालयात येत ते सायंकाळ होईपर्यंत वाचत बसत. तेथील आपल्या दिनचर्येबद्दल एका मित्राच्या पत्रात ते लिहितात,

'मी जिच्याकडे राहत आहे, ती बाई सकाळी न्याहरीला मला काय देत असेल असं वाटतं? एक माशाचा तुकडा, एक कप चहा, एक पावाचा तुकडा आणि गणपतीच्या कपाळाला गंधाची टिकली लावतात ना तेवढा जॅम! असलं अपुरं अन्न खाऊन मी म्युझियममध्ये वाचायला जातो. दुपारचे जेवण घ्यावयास माझ्याजवळ पैसे नाहीत. तसाच अर्धपोटी मी पाच वाजेपर्यंत वाचत बसतो. घरी आल्यावर संध्याकाळचं जेवण. ते म्हणजे एक कप बॉव्हरिन आणि बटर बिस्किटं. नंतर पुन्हा वाचन. रात्री दहाला कडकडून भूक

लागे. मग मी काय खातो, तर माझ्या एका मित्रानं मला एक पापडांची करंडी दिली आहे. पापड भाजण्यासाठी एक पत्र्याचा तुकडा कुठून तरी मी पैदा केला आहे, तो माझा तवा. त्यावर भाजलेले चार पापड आणि कपभर दूध हे माझे रात्रीचे अन्न... असा राहून अठरा-अठरा तास अभ्यास करीत आहे मी.'

एकदा दुपारच्या वेळी बाबासाहेबांनी ग्रंथालयात टेबलावर थोडी न्याहारी केली. हे शिपायाने पाहिले. त्याने ग्रंथपालाकडे तक्रार केली. ग्रंथपालाने बाबासाहेबांना आपल्या ऑफिसात बोलावले आणि टेबलावर बसून न्याहारी केल्याबद्दल ग्रंथालय सोडण्याची आज्ञा केली. हे भलतेच संकट उद्‌भवलेले पाहून बाबासाहेब अगदी हवालदिल झाले. ते नम्रतापूर्वक ग्रंथपालांना म्हणाले,

"ग्रंथालयात काही न खाण्याचा नियम मी मोडला आहे. माझी चूक झाली. मी क्षमा मागतो. पण–!"

"पण काय मि. आंबेडकर? बोला."

"मी मोठ्या अगतिक परिस्थितीत राहत आहे. उदारमनानं तुम्ही मला सांभाळून घ्यावं."

आपल्या दारिद्र्याची कहाणी बाबासाहेबांनी ग्रंथपालाला निवेदन केली.

त्याचे मन द्रवले. तो म्हणाला,

"मि. आंबेडकर, तू आता असं कर."

"सांगा, मी काय करू? तुम्ही सांगाल तसं करायला मी तयार आहे."

"माझ्या ऑफिसमध्ये रोज तू जेवायला येत जा."

दुसऱ्या दिवशी आपली न्याहारी घेऊन ग्रंथालयाच्या ऑफिसात आंबेडकर गेले. त्यांचे अन्न पाहून ग्रंथपालाचे डोळे भरून आले. तो त्यांना आपल्यातले जेवण रोज देऊ लागला. उदारमनाचा त्याचा आग्रह बाबासाहेबांना मोडवला नाही.

या निमित्ताने ग्रंथपालांची आणि त्यांची चांगलीच गट्टी जमली. चार प्रतिष्ठित प्राध्यापकांचा परिचय होण्यास या मैत्रीचा बाबासाहेबांना फायदा झाला.

१९२३ मध्ये अर्थशास्त्रज्ञ आणि एक हुशार बॅरिस्टर बनून बाबासाहेब आंबेडकर भारतात आल्यावर पुन्हा काय करायचे, हा प्रश्न त्यांच्यापुढे उत्पन्न झाला. त्यांनी मनात आणले असते तर एखादी चांगली नोकरी त्यांना सहज मिळाली असती, पण नोकरीत होणाऱ्या कुचंबणेचा त्यांनी आपल्या गतजीवनामध्ये पुरेपूर अनुभव घेतला होता. आपल्यासारख्या विद्याविभूषित तरुणाची जर या समाजात एवढी दुःस्थिती तर आपले दलित बांधव किती अपमानित अवस्थेत जीवन कंठीत असतील याची कल्पना त्यांना करवेना. अस्पृश्यांचा उद्धार अस्पृश्यांनीच केला पाहिजे, हे महान तत्त्व त्यांच्या चांगलेच पचनी पडले होते. म्हणून त्यांनी वकिली करावयाचे ठरविले.

त्यांना वकिली करायची होती. अन्याय घडत आहे, तिथे न्यायाची स्थापना करण्यासाठी, सवर्ण अस्पृश्यांना छळत आहेत, श्रीमंत गरिबांना छळत आहेत, तसेच पुरुष स्त्रियांना छळत आहेत असा हा त्रिविध छळवाद नाहीसा करण्याचे वकिली हे एकमेव प्रभावी साधन आहे, असे त्यांच्या मनाने घेतले.

त्यांनी सनद घेतली. त्यांना पैसेही बरे मिळू लागले. अस्पृश्यांच्या उद्धाराचे काम अल्पस्वल्प प्रमाणात पण परिणामकारकतेने घडू लागले. पण एवढ्याने त्यांच्या आकांक्षी मनाचे समाधान होईना.

अस्पृश्यांच्या अडचणी त्यांनी जशा अस्पृश्यांपुढे मांडल्या, तसेच त्यांनी सरकारपुढे आपली बाजू मांडायला प्रारंभ केला. आंबेडकरांना या त्यांच्या कामात थोर समाजसेवक रावबहादुर श्री. के. बोले यांची मदत होत होती. आंबेडकरांच्या पाठिंब्याने श्री. के. बोले यांनी सरकारातून एक बिल पास करून घेतले– 'सरकारी मदत मिळणाऱ्या संस्थेमध्ये अस्पृश्यांना प्रवेश नाकारता येणार नाही.' सनातनी हिंदू लोक चिडू लागले. पण आंबेडकरांच्या कार्याला आता धार चढू लागली. त्यांनी एका सभेची स्थापना केली. 'बहिष्कृत हितकारिणी' असे तिचे नाव. या सभेमार्फत शाळा, वसतिगृहे, मोफत वाचनालये त्यांनी सुरू केली.

आंबेडकरांच्या या कार्याकडे मुंबई सरकारचे लक्ष होते. आंबेडकरांची महती सरकारला पटली आणि कायदे मंडळावर आंबेडकर यांची नियुक्ती झाली. आंबेडकरांचे सर्वत्र अभिनंदन होऊ लागले. साऱ्या अस्पृश्यांना असे वाटू लागले, की आपल्याला आता उद्धारकर्ता मिळाला.

मार्च १९२७ मध्ये महाडला अस्पृश्यांनी एक परिषद भरविली आणि अध्यक्षपदाची माळ अर्थातच आंबेडकरांच्या गळ्यात पडली. अध्यक्षपदावरून आंबेडकरांनी जो संदेश दिला, तो अत्यंत मोलाचा होता. ते म्हणाले–

"मनातल्या उच्च-नीचतेच्या कल्पना आपण काढून टाकायला हव्यात. आपण स्वावलंबनाची कास धरली पाहिजे. स्वावलंबनावाचून उद्धार नाही. हक्क हे मागून मिळत नाहीत; ते झगडून घ्यावे लागतात. झगडायला, लढा करायला आपण तयार झाले पाहिजे."

आंबेडकरांच्या या विचारसरणीला त्यांच्या अस्पृश्य बांधवांनी एकमुखी पाठिंबा दिला. आंबेडकरांनी चवदार तळ्याचा सत्याग्रह जाहीर केला. कायद्याने ते तळे अस्पृश्यांसाठी पूर्वीच खुले झाले होते; परंतु सनातन्यांना घाबरून कोणी त्या पाण्याला स्पर्श केला नव्हता. शेकडो अस्पृश्य बरोबर घेऊन आंबेडकर त्या तळ्याचे पाणी गटागटा प्याले. आणि साऱ्या अस्पृश्यांना त्यांनी पाणी प्यायला लावले.

या प्रकाराने सनातनी भडकून गेले. आपले तळे भ्रष्ट झाले, म्हणून ते चिडले. अस्पृश्यांवर त्यांनी तुफानी दगडफेक केली. आंबेडकरांकडे जशास तसे अशा प्रतिकाराची

परवानगी त्यांच्या अस्पृश्य बांधवांनी मागितली. परंतु अस्पृश्यांना संयम राखायला लावून आंबेडकरांनी रक्तपात टाळला.

आपल्या विचारांची माहिती अन्यत्र झाली पाहिजे, म्हणून त्यांनी एक वृत्तपत्र सुरू केले. 'नाशिकच्या राममंदिरात आपण प्रवेश करणार आहोत,' अशी घोषणा त्यांनी केली. काही लोकांच्या मध्यस्थीने सवर्णांबरोबर अस्पृश्यांनीही रामाचा रथ ओढावा, असा मध्यम मार्ग काढला. पण यात सवर्णांनी आंबेडकरांना पूर्णतः फसविले. मंदिरप्रवेशाचा सत्याग्रह सुरू झाला. एक वर्षभर प्रभू रामचंद्र आपल्या भक्तांना मुकला होता. सत्याग्रहींवर दगडफेक झाली; परंतु हिंसेला आंबेडकरांनी अहिंसेने उत्तर दिले. त्यामुळे त्यांची कीर्ती मुंबई सरहद्द ओलांडून भारतभर पसरली.

१९३० साल उजाडले. गांधीजींची भारतीय स्वातंत्र्याची चळवळ वेग घेऊ लागली. भारतीयांचे म्हणणे ऐकून घेण्यासाठी भारत सरकारने लंडनमध्ये एकूण तीन गोलमेज परिषदा भरविल्या. तिन्ही परिषदांत आंबेडकरांची शासनाकडून अस्पृश्यांचे

प्रतिनिधी म्हणून नियुक्ती झाली. पहिल्या गोलमेज परिषदेतल्या त्यांच्या भाषणाने गांधीजीसुद्धा प्रभावित झाले. आंबेडकर आपल्या भाषणात म्हणाले,

"भारतातून इंग्रज सत्ता जाऊन त्या जागी भारतीय लोकशासन आले पाहिजे. या मागणीला माझ्या दलित बांधवांचा पूर्ण पाठिंबा आहे. दीडशे वर्षे ब्रिटिशांनी भारतावर राज्य केले. अस्पृश्यांच्या दुःखस्थितीत काहीच सुधारणा झाली नाही."

दुसऱ्या गोलमेज परिषदेतही आंबेडकरांनी प्रभावी भाषण केले. आपल्या भाषणातून त्यांनी गर्जना केली की,

"दलितांच्याकरिता स्वतंत्र मतदारसंघाची मी मागणी करतो. हिंदू धर्माने आम्हाला अपमान, दारिद्र्य आणि मानहानी याशिवाय दुसरे काही दिले नाही."

या परिषदांतून काहीही फलनिष्पत्ती झाली नाही. पण आंबेडकरांच्या व्यक्तिमत्त्वाने भारताच्या सीमा ओलांडून इंग्लंडच्या लोकांना प्रभावित केले.

एकदा गांधीजींनी आंबेडकरांना भेटण्यासाठी बोलाविले. गांधीजी म्हणाले,

"आंबेडकर, तुम्ही एक सच्चे देशभक्त आहात, याबद्दल माझ्या मनात काहीही शंका नाही. तुम्ही मागता ती समता या भारतात निर्माण झाल्याशिवाय खऱ्या अर्थाने भारत देश स्वतंत्र झाला असे मी मानायला तयार नाही."

एखाद्या मंदिरात भक्तांनी गर्दी करावी, तसे आंबेडकरांच्या घराला स्वरूप आले होते. ते वाणीने आणि लेखणीने अस्पृश्यांचा असंतोष सर्वत्र समजावून सांगत होते.

अखेर सरकारने त्यांच्या मागणीप्रमाणे अस्पृश्यांना स्वतंत्र मतदारसंघ बहाल केला.

सर्वत्र अस्पृश्यांनी आंबेडकरांच्या या यशाबद्दल त्यांचे मोठ्या मोठ्या सभा भरवून अभिनंदन केले. त्यांना धन्यवाद दिले.

पण हा स्वतंत्र मतदारसंघ गांधीजींना मान्य नव्हता. यातून सवर्ण आणि अस्पृश्य यांची कायमची ताटातूट होईल आणि त्याचे रूपांतर भारताची शकले होण्यात होईल, अशी भीती महात्माजींना वाटत होती. स्वतंत्र मतदारसंघाविरुद्ध गांधीजींनी पुण्यात प्राणांतिक उपोषणास प्रारंभ केला. सारा देश गांधीजींच्या या उपोषणाने ढवळून निघाला. गांधीजींचे म्हणणे बरोबर आहे, असे अनेकांना वाटले. हजारो वर्षे हीन म्हणून जनावरांचे जीवन जगणाऱ्या अस्पृश्यांना काहीतरी मिळत होते, असेही अनेकांना वाटले. गांधीजींनी माघार न घेण्याचे ठरविले. त्यांचे प्राण धोक्यात येत आहेत, असे दिसताच काही मध्यस्थांनी आंबेडकरांची आणि गांधीजीची भेट घडवून आणली. गांधीजी म्हणाले,

"आपण सर्वांनी एकत्रच राहिले पाहिजे."

अस्पृश्यांना अधिक जागांचे प्रतिनिधित्व देण्याच्या अटीवर हे विभाजन टळले आणि गांधीजींचे उपोषण समाप्त झाले.

✣✣✣

राजकारणामध्ये हिरिरीने आंबेडकर भाग घेत होते. त्यांच्या कार्याचे ध्येय अस्पृश्यांचा उद्धार होते.

फावल्या वेळात त्यांचे वाचन चालू असे. ते नेहमी नवी नवी पुस्तके विकत घेत. त्यांचा ग्रंथसंग्रह आता पन्नास हजारांवर होता. मुंबईत दादरला एक प्रशस्त बंगला त्यांनी बांधला. 'राजगृह'. इंग्लंडमध्ये असताना सर विन्स्टन चर्चिल यांना भेटण्यासाठी ते गेले होते.

चर्चिलचा विद्याव्यासंग प्रचंड होता. ग्रंथ ठेवण्याची त्यांची कपाटे आंबेडकरांना खूप आवडली. तशा पद्धतीची कपाटे त्यांनी आपल्या ग्रंथालयात करून घेतली.

मनाला विरंगुळा मिळावा, म्हणून ते नेहमी बुद्धाचे जीवनचरित्र वाचीत आणि त्यामुळे त्यांना मनःशांती मिळे. बुद्धाच्या जीवनावर आणि शिकवणुकीवर लिहिलेले अनेक टीकाग्रंथ त्यांच्या संग्रही होते. त्यांना नेहमी वाटे की, बौद्ध धर्मात जातिभेद नाही.

१९३५च्या सुमारास आंबेडकरांची पत्नी रमाबाई यांचे निधन झाले. त्यांनी आंबेडकरांचा संसार सांभाळला. म्हणूनच राजकारणात, समाजकारणात आंबेडकर पूर्णांशाने रमू शकले.

पुणे करारामुळे गांधीजींचे प्राण वाचले.

दलितांच्या परिस्थितीमध्ये सुधारणा होण्यासाठी आंबेडकर सातत्याने धडपडत होते. त्यांच्या या कार्याकडे फार कमी हिंदूंनी सहानुभूतीने पाहिले. आंबेडकरांना या गोष्टीची मोठी चीड येई.

अस्पृश्यांच्या येवले परिषदेत त्यांनी जाहीर करून टाकले–

'मी हिंदू म्हणून जन्माला आलो, हा माझा अपराध नव्हे; परंतु मी हिंदू म्हणून मरणार नाही. हा हिंदुधर्म आम्हा अस्पृश्यांना माणूस म्हणून ओळखत नाही. तो आम्हाला अडाणी आणि गरीबच ठेवू इच्छितो. हिंदुधर्म हा धर्म नसून ते एक महान संकट आहे.'

१९३५च्या निवडणुकीत आंबेडकरांच्या स्वतंत्र मजूर पक्षातर्फे मुंबई असेंब्लीवर आंबेडकर आणि त्यांचे चौदा सहकारी प्रचंड बहुमताने निवडून आले.

१९३९ मध्ये दुसरे जागतिक महायुद्ध सुरू झाले. १ जुलै १९४२ मध्ये व्हॉईसरॉयनी आपल्या कार्यकारी मंडळावर मजूर मंत्री म्हणून आंबेडकरांची नियुक्ती केली. या नियुक्तीने ठिकठिकाणी त्यांच्या अभिनंदनाच्या सभा झाल्या. प्रत्येक सभेत उत्तरादाखल आंबेडकर सांगत आले–

'माझा जन्म गरिबीत झाला. गरिबांची दुःखे, त्यातही अस्पृश्य गरिबांची दुःखे मी अनुभवली आहेत. ती दूर कशी होतील, याभोवतीच माझे कार्यक्षेत्र सतत कार्यरत राहील.'

१९४५च्या सार्वत्रिक निवडणुकीत आंबेडकरांना अपयश आले. त्यांनी सरकारला सहकार्य दिले होते, म्हणून मतदार त्यांच्यावर रागावले.

१९४६ मध्ये घटना समितीवर ते निवडून आले.

'अस्पृश्यता पाळणे हा गुन्हा होय' असा ठराव त्यांनी घटना समितीच्या एका अधिवेशनात संमत करून घेतला.

१९४७मध्ये जेव्हा भारत स्वतंत्र झाला, तेव्हा पंडित जवाहरलाल नेहरूंनी महात्माजींच्या आग्रहास्तव भारताचे पहिले कायदामंत्री म्हणून आंबेडकरांना सन्मानपूर्वक आपल्या मंत्रिमंडळात घेतले.

डॉ. राजेंद्रप्रसादांच्या अध्यक्षतेखाली घटना समिती कार्य करू लागली. त्या समितीत आंबेडकरांनी एकापेक्षा एक आणि विद्वत्ताप्रचुर भाषणे केली. घटना तयार करणाऱ्या उपसमितीचे अध्यक्षपद डॉ. राजेंद्रप्रसादानी आंबेडकराना दिले आणि भारतासारख्या जगातील सनातन व लोकशाहीप्रधान राष्ट्राची घटना तयार करण्याची जबाबदारी त्यांच्यावर सोपविली.

अत्यंत कष्ट करून, रात्रीचे दिवस करून आंबेडकरांनी भारतीय घटनेचा मसुदा तयार केला आणि अवलोकनासाठी तो डॉ. राजेंद्रप्रसाद यांच्याकडे रवाना केला. या कामाच्या ताणामुळे आंबेडकर आजारी पडले. मुंबईच्या एका रुग्णालयात ते उपचारासाठी आले. तेथे डॉ. शारदा कबीर यांच्याशी त्यांचा परिचय झाला. डॉ. शारदाबाईंनी आंबेडकरांची आपलेपणाने शुश्रूषा केली.

एप्रिल १९४८ मध्ये आंबेडकरांनी डॉ. शारदाबाईंशी विवाह केला.

घटनेच्या संदर्भात आंबेडकर एके ठिकाणी लिहितात–

जातिभेदाचा त्याग केला तरच भारत एक सबल राष्ट्र बनेल.

२६ नोव्हेंबर १९४९ च्या घटनासमितीच्या महत्त्वपूर्ण सभेत आंबेडकरानी तयार केलेली घटना भारताने स्वीकृत केली.

२६ जानेवारी १९५० रोजी एक सन्माननीय प्रजासत्ताक राष्ट्र म्हणून भारताची नवीन ओळख निर्माण झाली.

आंबेडकरांच्या वयाला आता साठ वर्षे पुरी होत आली होती. त्यांचे तगडे शरीर अतिश्रमांनी खिळखिळे होत होते. मधूनमधून त्याना थकवा जाणवत होता. राजकारणातून बाजूला सरकून आपल्या दलित बांधवांनाच मार्गदर्शन करावे, हा विचार त्यांच्या मनात तीव्रतेने घोळत होता.

सिलोन येथे भरणाऱ्या बौद्ध परिषदेचे आंबेडकरांना आमंत्रण आले. ते सिलोनला गेले. तेथे त्यांनी अनेक वैचारिक भाषणे ऐकली. लोकाग्रहास्तव त्यांनीही एक भाषण केले. ते आपल्या भाषणात म्हणाले–

'बौद्धधर्माच्या उदात्त तत्त्वांमुळे मी प्रभावित झालो आहे. बौद्धधर्माचा स्वीकार हा आम्हा अस्पृश्यांच्या दुःखविमोचनाचा एकमेव मार्ग आहे, बौद्ध धर्माचे पुनरुज्जीवन व्हावे, यासाठी माझे उर्वरित आयुष्य खर्च करण्याचे मी जाहीर करतो.'

तेथून पुढे आंबेडकरानी अंतकाळापर्यंत सामाजिक अन्याय आणि वेडगळ धार्मिक समजुती यांच्याविरुद्ध वाणीने आणि लेखणीने प्रचंड लढा पुकारला.

पुढे नागपूर येथे १४ ऑक्टोबर १९५६ रोजी बुद्धाच्या २५०० व्या जयंतीनिमित्त बौद्ध संत चंद्रमणी यांच्या हस्ते आंबेडकरांनी बौद्ध धर्म स्वीकारला. नंतर आपल्या तीन लाख अस्पृश्य बांधवांना त्यांनी स्वतःच बौद्ध धर्माची दीक्षा दिली.

यानंतर दोनच महिन्यांनी दिल्लीतल्या आपल्या निवासस्थानी आंबेडकर आजारी पडले. बरे वाटल्यावर ठिकठिकाणी भारतभर दौरा काढून आपल्या पाच कोटी अस्पृश्य बांधवांना बौद्धधर्माची दीक्षा देण्याचा संकल्प त्यांनी सोडला होता; पण नियतीच्या मनात

बुध्दं सरणं
सरणं

काही निराळेच होते. त्या अल्पशा आजारातच अनपेक्षितरीत्या ६ डिसेंबर १९५६ रोजी दिल्लीत आंबेडकरांची प्राणज्योत मावळली. त्यांच्या निधनाची वार्ता ऐकून अंत्यदर्शनासाठी त्यांच्या निवासस्थानी सर्व थरांतील आबालवृद्धांची रीघ लागली. त्यात भारताचे पंतप्रधान पंडित नेहरू होते. त्यांचे मंत्रिमंडळही होते.

७ डिसेंबरला विमानाने त्यांचे शव मुंबईला आणण्यात आले.

दोन मैल लांबीच्या अभूतपूर्व अशा अंत्ययात्रेत असंख्य लोक आपल्या अनावर अश्रूंना मुक्तपणे वाट देत होते. लोकमान्य टिळकांच्या नंतर मुंबई नगरीने इतक्या लांबीची अशी भावपूर्ण अंत्ययात्रा दुसरी पाहिली नाही.

मृत्यूसमयी आंबेडकरांच्या तोंडून अस्पष्ट असे उद्‌गार बाहेर पडत होते–

'बुद्धं शरणं गच्छामि ।'

याच मंत्राच्या घोषात ती प्रचंड अंत्ययात्रा चालली होती.

त्यांच्या मृत्यूने भारतालाच नव्हे, तर साऱ्या जगाला मोठा धक्का बसला.

जगातल्या कानाकोपऱ्यातून त्यांना गौरवपूर्ण श्रद्धांजली अर्पण करण्यात आली.

डॉ. बाबासाहेब आंबेडकर यांचे मौलिक विचार

- आपल्या स्वातंत्र्याच्या संरक्षणासाठी रक्ताचा शेवटचा थेंब सांडावयास आपण तयार असले पाहिजे.
- योग्य साधने नसतील तर ध्येय गाठता येत नाही.
- माणसाकरिता धर्म आहे; धर्माकरिता माणूस नाही.

- चारित्र्यहीन व्यक्ती कितीही शिकलेली असली तरी ती पशूहून भयंकर होय.
- माणसाने खावे जगण्यासाठी; पण जगावे समाजासाठी.
- सांप्रदायी लोकांना संतांच्या दंतकथा आवडतात; समतेची, भूतदयेची शिकवण हे हमखास विसरतात.
- हक्क मागून मिळत नाहीत; ते झगडून घ्यावे लागतात. झगडण्यासाठी सामर्थ्य हवे. कारण बकऱ्याला बळी देतात, सिंहाला नाही.
- जग कितीही सुधारले, तरी समता नांदण्यासाठी माणसांची मने उदात्त होणे आवश्यक आहे.
- जन्माने कोणी श्रेष्ठ नाही की कनिष्ठ नाही, मनुष्य आपल्या कर्माने श्रेष्ठ किंवा कनिष्ठ ठरतो.
- माझे मित्र मला ब्राह्मणांविरुद्ध लढण्याचे आवाहन करतात; पण माझा लढा ब्राह्मणांविरुद्ध नाही ब्राह्मण्याच्या कल्पनेविरुद्ध आहे.
- गांधीजींच्या प्राणापेक्षा मला माझ्या साडेसहा कोटी अस्पृश्यांच्या हक्कांचे महत्त्व अधिक वाटते.
- मंदिर बांधतात ते त्यात देवाची स्थापना करण्यासाठी. तिथं जर भुते शिरून नंगानाच घालू लागली तर ते मंदिर पाडावे लागते.
- ग्रंथ माझे मित्र आहेत, माझे साथी आहेत. त्यांचा त्याग करण्याची कल्पनाच मला सहन होत नाही.
- माझ्या अस्पृश्य बांधवांनो, तुम्ही सूर्याप्रमाणे स्वयंप्रकाशित राहा; पृथ्वीप्रमाणे परप्रकाशित राहू नका.
- राजकीय समता कुचकामाची ठरेल, जर तिला आर्थिक, सामाजिक समतेची बैठक नसेल तर.
- माता-भगिनींनो, आपले कपडे फाटके असले तरी ते धुवून स्वच्छ ठेवा. तुम्ही स्वतः शिका आणि मुलांना शिक्षण द्या.
- मानवी जीवनाला भाकरीइतकीच श्रद्धा ही आवश्यक गोष्ट आहे. जुन्या श्रद्धा भंगल्या आहेत. मी नव्या श्रद्धा आणू इच्छितो.
- मानवा-मानवातील फरक नष्ट करणारा 'बुद्ध' हा खरा महात्मा होता.
- घटना कितीही चांगली अगर वाईट असो, तिचे महत्त्व ती राबविणाऱ्या व्यक्तीवर अवलंबून आहे.

- देशद्रोहाचा आपल्या देशाला जणू शाप जडलेला दिसतो.
- व्यक्तिमाहात्म्य हा लोकशाहीला फार मोठा धोका आहे. राजकारणात भक्ती आणि व्यक्तिपूजा हा अधःपाताचा व हुकूमशाहीचा मार्ग आहे.

|| महामानव ||